ਨਾਇਕ

(Nayak)

(ਕਾਵਿ ਸੰਗ੍ਰਹਿ)

ਈਸ਼ਵਰ ਸਿੰਘ

ਬੀਰਇੰਦਰ ਪਾਲ ਕੌਰ

Nayak

By Ishwar Singh and Birinder Pal Kaur

ISBN: 9798888835210

Published in India

Second Edition: 2024

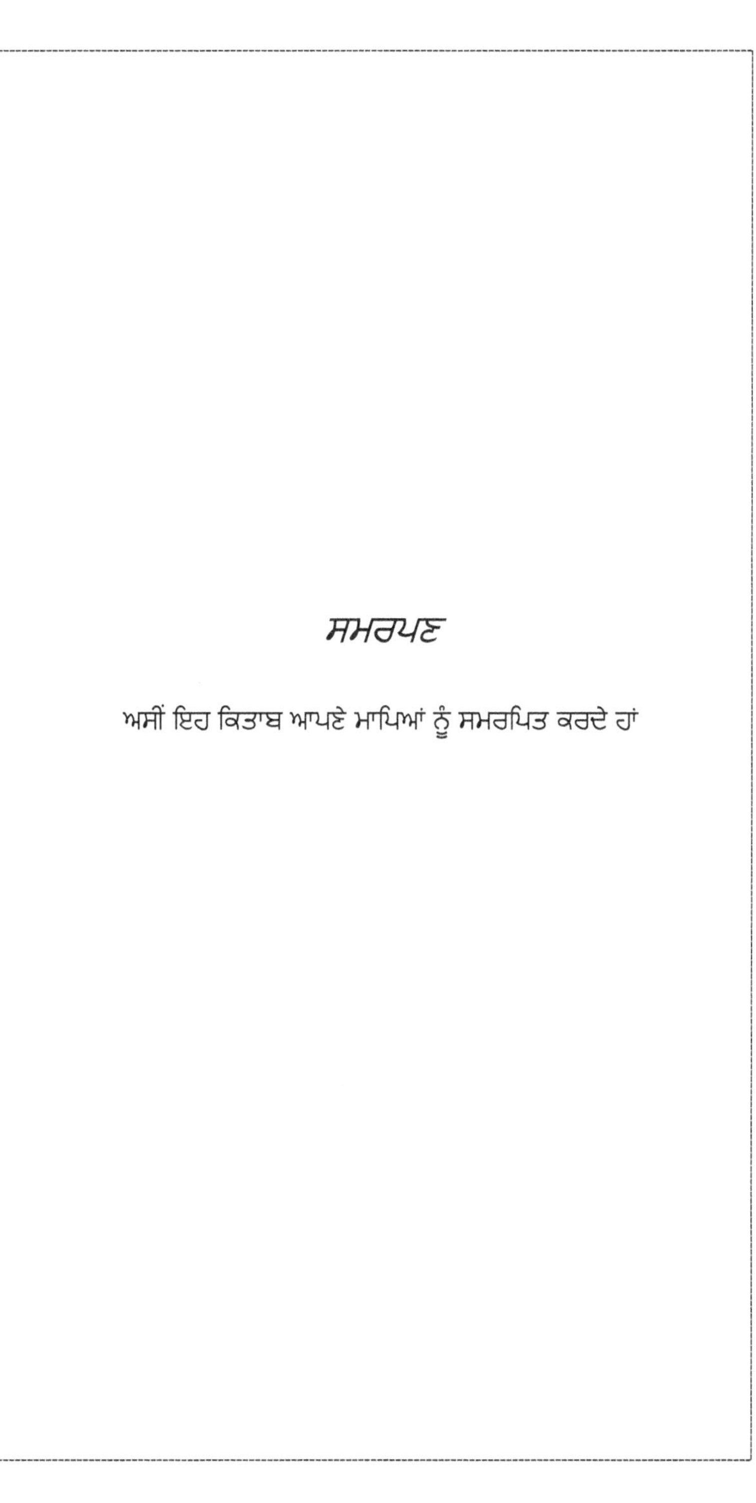

ਸਮਰਪਣ

ਅਸੀਂ ਇਹ ਕਿਤਾਬ ਆਪਣੇ ਮਾਪਿਆਂ ਨੂੰ ਸਮਰਪਿਤ ਕਰਦੇ ਹਾਂ

ਪ੍ਰਸਤਾਵਨਾ

ਕਵਿਤਾ ਰੂਹ ਦੀ ਬੋਲੀ ਹੈ—ਇੱਕ ਆਇਨਾ ਜੋ ਭਾਵਨਾਵਾਂ, ਮੁੱਲਾਂ ਅਤੇ ਅਨੁਭਵਾਂ ਦੇ ਮੂਲ ਨੂੰ ਦਰਸਾਉਂਦਾ ਹੈ। "ਨਾਇਕ", ਜੋ ਕਵਿਤਾਵਾਂ ਦਾ ਇਹ ਸੁੰਦਰ ਸੰਗ੍ਰਹਿ ਹੈ, ਪੰਜਾਬੀ ਸੰਸਕਾਰ ਅਤੇ ਜੀਵਨ ਦੀ ਅਸਲ ਰੂਹ ਨੂੰ ਬਿਆਨ ਕਰਦਾ ਹੈ। ਇਹ ਕਾਵਿ-ਸੰਗ੍ਰਹਿ ਹਿੰਮਤ, ਸੱਚਾਈ ਅਤੇ ਬਗਾਵਤ ਦੇ ਵਿਸ਼ਿਆਂ ਨੂੰ ਗਹਿਰਾਈ ਨਾਲ ਛੂੰਹਦਾ ਹੈ। ਹਰ ਕਵਿਤਾ ਇਥੇ ਇੱਕ ਅਲੱਗ ਜਗਤ ਹੈ, ਜੋ ਮਨੁੱਖੀ ਜੀਵਨ ਦੇ ਵੱਖ-ਵੱਖ ਪਹਲੂਆਂ ਨੂੰ ਚਿਤਰਤ ਕਰਦੀ ਹੈ।

ਇਸ ਸੰਗ੍ਰਹਿ ਦੀ ਸ਼ੁਰੂਆਤ "ਨਲੂਆ" ਨਾਲ ਹੁੰਦੀ ਹੈ, ਜੋ ਮਹਾਨ ਸਿੱਖ ਯੋਧੇ ਹਰੀ ਸਿੰਘ ਨਲੂਆ ਦੀ ਵੀਰਤਾ ਅਤੇ ਫਰਜ਼ ਦੇ ਜਜ਼ਬੇ ਨੂੰ ਸਮਰਪਿਤ ਹੈ। ਅਗਲੇ ਪੰਨਿਆਂ ਤੇ, "ਇੱਜ਼ਤ" ਇਨਸਾਨੀ ਜ਼ਿੰਦਗੀ ਵਿੱਚ ਮਰਿਆਦਾ ਅਤੇ ਆਦਰਸ਼ਾਂ ਦੀ ਮਹੱਤਤਾ ਨੂੰ ਰੋਸ਼ਨ ਕਰਦੀ ਹੈ। ਸੰਗ੍ਰਹਿ ਦੀ ਮੁਖ ਕਵਿਤਾ "ਨਾਇਕ" ਉਹਨਾਂ ਅਣਸੁਣੇ ਨਾਇਕਾਂ ਨੂੰ ਸਨਮਾਨ ਦਿੰਦੀ ਹੈ, ਜੋ ਆਮ ਹੋ ਕੇ ਵੀ ਅਸਧਾਰਨ ਹੋ ਜਾਂਦੇ ਹਨ।

"ਸਿਦਕ" ਵਿਚ ਧੀਰਜ ਅਤੇ ਵਿਸ਼ਵਾਸ ਦੀ ਸ਼ਕਤੀ ਦਾ ਜ਼ਿਕਰ ਹੈ, ਜੋ ਕਿਸੇ ਦੇ ਜੀਵਨ ਨੂੰ ਢਾਲ ਸਕਦੀ ਹੈ। "ਬਾਗੀ" ਇੱਕ ਬਗਾਵਤੀ ਰੂਹ ਨੂੰ ਬਿਆਨ ਕਰਦੀ ਹੈ, ਜੋ ਜੁਲਮ ਦੇ ਖਿਲਾਫ ਖੜ੍ਹੀ ਹੁੰਦੀ ਹੈ। ਅਖੀਰ ਵਿੱਚ, "ਗੱਦਾਰ" ਵਿਸ਼ਵਾਸਘਾਤ ਅਤੇ ਉਸ ਦੇ ਹਾਨਿਕਾਰਕ ਪ੍ਰਭਾਵਾਂ ਨੂੰ ਗਹਿਰਾਈ ਨਾਲ ਸਮਝਾਉਂਦੀ ਹੈ।

"ਨਾਇਕ" ਸਿਰਫ ਕਵਿਤਾਵਾਂ ਦੀ ਕਿਤਾਬ ਨਹੀਂ ਹੈ; ਇਹ ਇੱਕ ਯਾਤਰਾ ਹੈ ਜੋ ਮਨੁੱਖੀ ਭਾਵਨਾਵਾਂ ਦੇ ਉਤਾਰ-ਚੜ੍ਹਾਵਾਂ ਰਾਹੀਂ ਲੰਘਦੀ ਹੈ। ਇਹ ਕਵਿਤਾਵਾਂ ਨਾਜ਼ੁਕ ਪਰ ਸਸ਼ਕਤ ਸ਼ਬਦਾਂ ਵਿਚ ਉਹਨਾਂ ਮੂਲ ਭਾਵਨਾਵਾਂ

ਨੂੰ ਪ੍ਰਗਟ ਕਰਦੀਆਂ ਹਨ ਜੋ ਮਨੁੱਖਤਾ ਨੂੰ ਸਦੀਵਾਂ ਲਈ ਪ੍ਰੇਰਿਤ ਕਰਦੀਆਂ ਹਨ।

ਆਉ, ਇਸ ਕਾਵਿ-ਸਫਰ ਵਿੱਚ ਡੁੱਬੋ, ਜਿਥੇ ਹਰ ਸ਼ਬਦ ਤੁਹਾਨੂੰ ਚਿੰਤਨ, ਪ੍ਰੇਰਣਾ ਅਤੇ ਕਦਰ ਕਰਨ ਲਈ ਨਵਾਂ ਦ੍ਰਿਸ਼ਟੀਕੋਣ ਦਿੰਦਾ ਹੈ। ਇਹ ਕਵਿਤਾਵਾਂ ਤੁਹਾਡੇ ਅੰਦਰ ਦੇ ਨਾਇਕ ਨੂੰ ਜਗਾਉਣ ਦੀ ਸੱਦਾ ਹਨ—ਉਹ ਨਾਇਕ ਜੋ ਹਮੇਸ਼ਾ ਲਈ ਕਿਸੇ ਚੁਣੌਤੀ ਲਈ ਤਿਆਰ ਹੈ।

ਗਿਆਨੀ ਪਾਲ ਸਿੰਘ

ਪਿੱਠੋਕੜ

"ਨਾਇਕ" ਕਵਿਤਾਵਾਂ ਦਾ ਇਹ ਸੰਗ੍ਰਹਿ ਸਮਾਜ ਦੇ ਉਹ ਅਨਕਹੇ ਪਾਸਿਆਂ ਨੂੰ ਬਿਆਨ ਕਰਨ ਦੀ ਕੋਸ਼ਿਸ਼ ਹੈ, ਜੋ ਅਕਸਰ ਸਾਡੇ ਦਾਇਰਿਆਂ ਤੋਂ ਬਾਹਰ ਰਹਿ ਜਾਂਦੇ ਹਨ। ਇਹ ਕਿਤਾਬ ਸਿਰਫ ਕਵਿਤਾਵਾਂ ਦਾ ਗੁੱਛਾ ਨਹੀਂ, ਬਲਕਿ ਹਰ ਕਵਿਤਾ ਇੱਕ ਕਹਾਣੀ, ਇੱਕ ਭਾਵਨਾ, ਅਤੇ ਇੱਕ ਸੰਦੇਸ਼ ਹੈ। ਇਹਨਾਂ ਕਵਿਤਾਵਾਂ ਵਿੱਚ ਜੀਵਨ ਦੇ ਵੱਖ-ਵੱਖ ਪਹਲੂਆਂ ਨੂੰ ਗਹਿਰਾਈ ਨਾਲ ਸਮਝਣ ਦੀ ਕੋਸ਼ਿਸ਼ ਕੀਤੀ ਗਈ ਹੈ—ਕਦੇ ਸਿਦਕ ਦੇ ਰੂਪ ਵਿੱਚ, ਕਦੇ ਬਗਾਵਤ ਦੇ ਸੰਦਰਭ ਵਿੱਚ, ਤੇ ਕਦੇ ਨਾਇਕਤਾਵਾਦ ਦੇ ਮੈਦਾਨ ਵਿੱਚ।

ਇਹ ਸੰਗ੍ਰਹਿ "ਨਲੂਆ" ਵਰਗੀਆਂ ਕਵਿਤਾਵਾਂ ਨਾਲ ਸ਼ੁਰੂ ਹੁੰਦੀ ਹੈ, ਜੋ ਇਤਿਹਾਸ ਦੇ ਯੋਧਿਆਂ ਦੀ ਯਾਦ ਨੂੰ ਤਾਜ਼ਾ ਕਰਦੀਆਂ ਹਨ। "ਇੱਜ਼ਤ" ਸਮਾਜਿਕ ਮੁੱਲਾਂ ਤੇ ਸਨਮਾਨ ਦੀ ਪ੍ਰਸਤਾਵਨਾ ਦਿੰਦੀ ਹੈ, ਜਦਕਿ "ਨਾਇਕ" ਉਹਨਾਂ ਨਾਇਕਾਂ ਨੂੰ ਸਮਰਪਿਤ ਹੈ ਜੋ ਆਪਣੀ ਸਾਂਝੀ ਜ਼ਿੰਦਗੀ ਵਿੱਚ ਹਮੇਸ਼ਾ ਪ੍ਰੇਰਣਾਦਾਈ ਰਹਿੰਦੇ ਹਨ। "ਸਿਦਕ" ਵਿਸ਼ਵਾਸ ਦੀ ਸ਼ਕਤੀ ਨੂੰ ਦਰਸਾਉਂਦੀ ਹੈ, ਅਤੇ "ਬਾਗੀ" ਸਮਾਜ ਦੇ ਉਸ ਪਾਸੇ ਨੂੰ ਬਿਆਨ ਕਰਦੀ ਹੈ ਜੋ ਹਮੇਸ਼ਾ ਨਵੇਂ ਬਦਲਾਵਾਂ ਲਈ ਤਿਆਰ ਰਹਿੰਦਾ ਹੈ। ਆਖਰ ਵਿੱਚ, "ਗੱਦਾਰ" ਜਿੰਦਗੀ ਦੇ ਵਿਸ਼ਵਾਸਘਾਤਕ ਪਲਾਂ ਨੂੰ ਸਮਝਾਉਂਦੀ ਹੈ।

ਇਹ ਕਵਿਤਾਵਾਂ ਸਿਰਫ ਲਫ਼ਜ਼ ਨਹੀਂ ਹਨ; ਇਹ ਇੱਕ ਜਜ਼ਬਾਤ ਹਨ, ਜੋ ਮਨ ਨੂੰ ਝੰਝੋੜਨ ਦੇ ਨਾਲ-ਨਾਲ ਹੌਸਲਾ ਵੀ ਦਿੰਦੇ ਹਨ। ਇਹ ਸੰਗ੍ਰਹਿ ਉਹਨਾਂ ਲੋਕਾਂ ਲਈ ਹੈ ਜੋ ਪੜ੍ਹਨ ਵਿੱਚ ਸਿਰਫ ਮਨੋਰੰਜਨ ਨਹੀਂ, ਬਲਕਿ

ਸਮਝ ਅਤੇ ਪ੍ਰੇਰਣਾ ਦੀ ਖੋਜ ਕਰਦੇ ਹਨ।

ਇਸ ਕਿਤਾਬ ਨੂੰ ਲਿਖਣ ਦਾ ਮਕਸਦ ਸਿਰਫ ਕਵਿਤਾਵਾਂ ਰਚਣਾ ਨਹੀਂ, ਸਗੋਂ ਉਹਨਾਂ ਵਿਚ ਪਾਠਕਾਂ ਨੂੰ ਆਪਣਾ ਹੀ ਅਕਸ ਦੇਖਣ ਦਾ ਮੌਕਾ ਦੇਣਾ ਹੈ। "ਨਾਇਕ" ਤੁਹਾਨੂੰ ਸਵਾਲ ਪੁੱਛੇਗਾ, ਉੱਤਰ ਲੱਭਣ ਲਈ ਮਜਬੂਰ ਕਰੇਗਾ, ਅਤੇ ਸਾਡੇ ਸਮਾਜ ਦੇ ਸੱਚਾਈ ਭਰੇ ਚਿਹਰੇ ਨੂੰ ਅਨਾਵਰਤ ਕਰੇਗਾ।

ਆਸ ਹੈ ਕਿ ਇਹ ਕਿਤਾਬ ਤੁਹਾਨੂੰ ਪ੍ਰੇਰਨਾ ਦੇਵੇ ਅਤੇ ਤੁਹਾਡੇ ਜੀਵਨ ਵਿਚ ਇਕ ਅਸਲ ਨਾਇਕ ਜਨਮ ਦੇਵੇ।

- ਲੇਖਕ

ਈਸ਼ਵਰ ਸਿੰਘ

ਸ਼ੁਕਰਾਨਾ

ਸਭ ਤੋਂ ਪਹਿਲਾਂ, ਮੈਂ ਆਪਣੇ ਪਰਮਾਤਮਾ ਦਾ ਅਨੰਤ ਧੰਨਵਾਦ ਕਰਦਾ ਹਾਂ, ਜਿਨ੍ਹਾਂ ਦੀ ਕਿਰਪਾ ਅਤੇ ਪ੍ਰੇਰਣਾ ਦੇ ਬਿਨਾ ਇਹ ਯਤਨ ਸੰਭਵ ਨਹੀਂ ਸੀ। ਉਨ੍ਹਾਂ ਦੀ ਮਿਹਰ ਨੇ ਮੇਰੇ ਵਿਚ ਸਾਂਸਕ੍ਰਿਤਿਕ ਅਤੇ ਆਤਮਿਕ ਵਿਸ਼ਿਆਂ ਨੂੰ ਲਿਖਣ ਦੀ ਹਿੰਮਤ ਪੈਦਾ ਕੀਤੀ।

ਇਸ ਕਿਤਾਬ "ਨਾਇਕ" ਦੇ ਰਚਨਾਤਮਕ ਯਾਤਰਾ ਵਿੱਚ, ਮੈਂ ਆਪਣੇ ਪਿਆਰੇ ਭਰਾ ਇੰਜੀਨੀਅਰ ਹਰਦੀਪ ਸਿੰਘ ਅਤੇ ਭਾਬੀ ਸੋਨਮਪ੍ਰੀਤ ਕੌਰ ਦਾ ਦਿਲੋਂ ਧੰਨਵਾਦ ਕਰਦਾ ਹਾਂ।

ਤੁਹਾਡੀ ਅਟੱਲ ਸਹਿਯੋਗ, ਪਿਆਰ, ਅਤੇ ਪ੍ਰੇਰਣਾ ਨੇ ਇਸ ਸਫਰ ਨੂੰ ਸੰਭਵ ਬਣਾਇਆ। ਹਰਦੀਪ ਭਰਾ, ਤੁਹਾਡਾ ਸਮਰਥਨ ਹਮੇਸ਼ਾ ਮੈਨੂੰ ਆਪਣੇ ਰੁਪਾਂਤਰਕ ਵਿਚਾਰਾਂ ਨੂੰ ਕਾਗਜ਼ ਤੇ ਲਿਆਉਣ ਲਈ ਹੌਸਲਾ ਦੇਂਦਾ ਹੈ। ਸੋਨਮਪ੍ਰੀਤ ਭਾਬੀ, ਤੁਹਾਡੀ ਪ੍ਰੇਰਣਾਦਾਈ ਬਾਤਾਂ ਅਤੇ ਮਿੱਠੇ ਸ਼ਬਦਾਂ ਨੇ ਹਰ ਔਖੇ ਪਲ ਵਿੱਚ ਮੇਰੇ ਮਨ ਨੂੰ ਦਿਲਾਸਾ ਦਿੱਤਾ।

ਇਸ ਸਫਲਤਾ ਦੇ ਪਿੱਛੇ ਤੁਹਾਡੀ ਮਿਹਰ ਅਤੇ ਵਿਸ਼ਵਾਸ ਹੈ। ਤੁਹਾਡੇ ਸਾਥ ਬਿਨਾਂ ਇਹ ਕਿਤਾਬ ਇੱਕ ਸੁਪਨਾ ਹੀ ਰਹਿ ਜਾਂਦੀ। ਇਹ ਰਚਨਾ ਤੁਹਾਡੇ ਪਿਆਰ ਅਤੇ ਪ੍ਰੇਰਣਾ ਲਈ ਸਮਰਪਿਤ ਹੈ।

ਸਾਦਰ,

ਈਸ਼ਵਰ ਸਿੰਘ

ਤਤਕਰਾ

1. ਨਲੂਆ

ਕਿੱਥੇ ਸਿੱਖ
ਰਾਜ ਸੀ ਬਣਨੇ
ਨਲੂਆ ਜੇ
ਹੁੰਦਾ ਨਾ
ਕਿੰਝ ਕਾਬੂ
ਅਫ਼ਗਾਨ ਸੀ ਆਉਣੇ
ਜੇ ਫੜ ਕੇ
ਓ ਧੂੰਹਦਾ ਨਾ

ਸਾਰਾ ਹੀ
ਜੀਵਨ ਉਸਨੇ
ਸਿੱਖੀ ਲੜ
ਲਾਇਆ ਸੀ
ਪੇਸ਼ਾਵਰ ਤੱਕ
ਪੰਜਾਬ ਦੀ
ਹੱਦ ਨੂੰ
ਓਸੇ ਫੈਲਾਇਆ ਸੀ
ਡਰ ਤੇ
ਸ਼ਿਕਸਤ ਦੀਆਂ ਮੁੱਖ
ਛਾਈਆਂ ਕਦੇ
ਧੁੰਦਾਂ ਨਾ
ਕਿੱਥੇ ਸਿੱਖ ਰਾਜ
ਸੀ ਬਣੇ.....

ਉਸਦੀ ਗੱਲ
ਕਹੀ ਸੀ ਮੰਦਾ
ਯੋਧਾ
ਮਹਾਰਾਜਾ ਵੀ
ਹੁਕਮ ਦੀ
ਪੈਰਵੀ ਕਰਦਾ
ਹਰ ਰਿਆਸਤ ਦਾ
ਰਾਜਾ ਸੀ
ਉਸਨੂੰ ਵੀ
ਸ਼ੇਰ ਬਣਾਇਆ
ਸਰੀਰੋਂ ਜੋ
ਗੁੰਦਾ ਨਾ
ਕਿੱਥੇ ਸਿੱਖ ਰਾਜ
ਸੀ ਬਣਨੇ.....

ਜਿੱਤਿਆ ਕਸ਼ਮੀਰ
ਸੀ ਉਸਨੇ
ਕਸੂਰ ਅਟਕ ਵੀ
ਵੱਲਿਆ ਸੀ
ਮੁਲਤਾਨ ਤੇ
ਸਿਆਲਕੋਟ ਵੀ
ਸਿੱਖ ਰਾਜ ਚ
ਰੱਲਿਆ ਸੀ
ਕਿਵੇਂ ਆਪਾਂ
ਯਾਦ ਸੀ ਕਰਨਾ
ਜੇ ਓ ਬੁਲੰਦੀਆਂ ਨੂੰ
ਛੂਹੰਦਾ ਨਾ
ਕਿੱਥੇ ਸਿੱਖ ਰਾਜ
ਸੀ ਬਣਨੇ.....

ਕੌਮ ਲਈ
ਲੜਦਾ ਲੜਦਾ
ਆਖਿਰ ਤੱਕ
ਲੜਿਆ ਸੀ
ਲੜਾਈ ਜਮਰੂਦ
ਦੀਏ ਵਿੱਚ
ਹਿੱਕ ਤਾਣ ਕੇ
ਖੜਿਆ ਸੀ
ਨਾ ਅੰਗਾਰੇਜਾਂ
ਅੱਖ ਸੀ ਚੱਕਣੀ
ਨਲੂਆ ਜੇ
ਮੁੰਦਾ ਨਾ
ਕਿੱਥੇ ਸਿੱਖ ਰਾਜ
ਸੀ ਬਣਨੇ.....

ਨਲੂਏ ਦੇ
ਜਾਵਣ ਉੱਤੇ
ਡਾਢਾ ਦੁੱਖ
ਲੱਗਿਆ ਸੀ
ਸ਼ਹਾਦਤ ਸੁਣ
ਮਹਾਰਾਜਾ ਵੀ
ਸਿੰਘਾਸਣ ਤੇ
ਕੰਮਬਿਆ ਸੀ
ਨਾ ਮਹਾਰਾਜਾ
ਕਮਜ਼ੋਰ ਸੀ ਪੈਣਾ
ਜੇ ਅੰਦਰੋਂ ਗਮ
ਲੂੰਹਦਾ ਨਾ
ਕਿੱਥੇ ਸਿੱਖ ਰਾਜ
ਸੀ ਬਣਨੇ.....

'ਸ਼ੇਰੋ' ਏਨਾ ਦੇ
ਕਰਕੇ ਹੀ ਤਾਂ
ਮਿਲਿਆ ਬਲ
ਰੂਹਾਂ ਨੂੰ
ਆਪਾਂ ਵੀ
ਕਿੱਧਰੇ ਪਾਈਏ
ਯੋਧੇ ਦੀਆਂ
ਛੂਹਾਂ ਨੂੰ
ਘੜੇ ਅੰਮ੍ਰਿਤ ਦੇ
ਵਿੱਚੋਂ ਸਾਈਆਂ
ਡੁੱਲਣ ਕਦੇ
ਬੂੰਦਾਂ ਨਾ
ਕਿੱਥੇ ਸਿੱਖ ਰਾਜ
ਸੀ ਬਣਨੇ.....

2. ਇੱਜ਼ਤ

ਜਦੋਂ ਧੀਆਂ
ਭੈਣਾਂ ਨੂੰ ਚੁੱਕ ਕੇ
ਅਬਦਾਲੀ
ਅਫ਼ਗਾਨ ਲੈ ਜਾਂਦਾ ਸੀ
ਉਦੋਂ ਚੱਲਦਾ ਸੀ
ਖੰਡਾ ਸਿੰਘਾਂ ਦਾ
ਤੇ ਇੱਜ਼ਤਾਂ
ਬਚਾਉਂਦਾ ਸੀ

ਇੱਜ਼ਤਾਂ ਦੀ ਰਾਖੀ
ਲਈ ਹੀ ਏਥੇ
ਅੲਖਾਂ
ਜਾਰੀਆਂ ਨੇ
ਵਾਯੂ ਘਰ
ਆਬਾਦ ਕਰੇ
ਸਰਕਾਰ ਦੇ
ਬਾਗੀਆਂ ਨੇ
ਸਿੰਘਾਂ ਦੇ ਜੋਸ਼
ਦੇ ਅੱਗੇ ਜ਼ਾਲਿਮ
ਟਿੱਕ ਨਾ
ਪਾਉਂਦਾ ਸੀ
ਜਦੋਂ ਧੀਆਂ
ਭੈਣਾਂ ਨੂੰ ਚੁੱਕ ਕੇ.........

ਜੇ ਅੱਜ ਵੱਡਿਆਂ ਦੀ
ਇੱਜ਼ਤ ਨਾ ਕੀਤੀ
ਤਾਂ ਕੱਲ ਸਾਡੀ ਵੀ
ਨਹੀਂ ਹੋਣੀ
ਜੇ ਹੋਈ ਵੀ ਤਾਂ
ਉਪਰੋਂ ਉਪਰੋਂ
ਚੰਗੀ ਡਾਢੀ ਵੀ
ਨਹੀਂ ਹੋਣੀ
ਇੱਕ ਗੁਰੂ ਨੂੰ
ਓ ਬੱਚਾ ਚੇਤੇ ਰਹਿੰਦਾ
ਜੋ ਉਸਦਾ ਸਤਿਕਾਰ
ਵਧਾਉਂਦਾ ਸੀ
ਜਦੋਂ ਧੀਆਂ
ਭੈਣਾਂ ਨੂੰ ਚੁੱਕ ਕੇ.........

ਇੱਜ਼ਤ ਤਾਂ
ਇਨਸਾਨ ਦਾ ਇੱਕ
ਅਣਮੁੱਲਾ
ਗਹਿਣਾ ਹੈ ਯਾਰੋ
ਜੇ ਰੋਲ ਦੇਵੇ
ਪੱਗ ਧੀ ਪੁੱਤਰ
ਔਖਾ
ਸਹਿਆ ਏ ਯਾਰੋ
ਉਦੋਂ ਸਮਝਾਇਆ ਨਹੀਂ
ਜਦ ਮਰਜ਼ੀ ਲਈ
ਪੁੱਤ ਜੁਬਾਨ
ਲੜਾਉਂਦਾ ਸੀ
ਜਦੋਂ ਧੀਆਂ
ਭੈਣਾਂ ਨੂੰ ਚੁੱਕ ਕੇ.........

'ਸ਼ੇਰੇ' ਇੱਜ਼ਤ ਕਰਕੇ
ਇੱਜ਼ਤ ਮਿਲਦੀ
ਏ ਗੱਲ
ਭੁੱਲ ਨਾ ਜਾਵੀਂ ਤੂੰ
ਦੇਵੀਂ ਸਤਿਕਾਰ
ਤੂੰ ਸਭ ਨੂੰ
ਕਿਸੇ ਦੀ ਗੱਲ ਦਾ
ਨਾ ਬੁਰਾ ਮਨਾਵੀਂ ਤੂੰ
ਸਿਆਣਾ ਓ
ਜੋ ਕਹੀ ਕਿਸੇ ਦੀ
ਢਿੱਡ ਪਚਾਉਂਦਾ ਸੀ
ਜਦੋਂ ਧੀਆਂ
ਭੈਣਾਂ ਨੂੰ ਚੁੱਕ ਕੇ.........

3. ਨਾਇਕ

ਨਾਇਕ ਨਾ
ਲੱਗਦੇ ਮੈਨੂੰ
ਆ ਜਿਹੜੇ
ਫ਼ਿਲਮਾਂ ਵਿੱਚ ਦੇਖੇ
ਹੀਰੋ ਤਾਂ
ਅਸਲੀ ਓ ਨੇ
ਲਾ ਤੀ ਜ਼ਿੰਦ
ਦੇਸ਼ ਦੇ ਲੇਖੇ

ਦੇਖੇ ਸੀ
ਸ਼ੇਰਾਂ ਵਾਂਗਰ
ਜਦ ਜਦ ਵੀ
ਯੋਧੇ ਲੜਦੇ
ਅੱਜ ਕੱਲ ਦੇ
ਫ਼ਿਲਮੀ ਹੀਰੋ
ਕਿਤਿਓਂ ਨਾ
ਨੇੜੇ ਖੜ੍ਹਦੇ
ਦੁਨੀਆਂ ਨੂੰ
ਪਿੱਛੇ ਲਾ ਕੇ
ਏਨਾਂ ਪੈਸੇ ਦੇ
ਫੁਲਕੇ ਸੇਕੇ
ਨਾਇਕ ਨਾ
ਲੱਗਦੇ ਮੈਨੂੰ..........

ਅੱਜ ਕੱਲ ਦੇ
ਬੱਚੇ ਦੇਖੇ
ਏਨਾਂ ਦੇ
ਕਹੇ ਤੇ ਚੱਲਦੇ
ਵੱਡਿਆਂ ਦੀ
ਗੱਲ ਨਾ ਮੰਨਦੇ
ਜ਼ਿੰਦ ਤੋਂ ਵੀ
ਕਦੇ ਨਾ ਟੱਲਦੇ
ਏਨਾਂ ਨੂੰ
ਹੀਰੋ ਮੰਨ ਕੇ
ਬੱਚਿਆਂ ਨੂੰ
ਪੈਣ ਭੁਲੇਖੇ
ਨਾਇਕ ਨਾ
ਲੱਗਦੇ ਮੈਨੂੰ..........

ਜਿੰਨ੍ਹਾਂ ਨੇ
ਦੇਸ਼ ਵੰਡਾਇਆ
ਨਾਇਕ ਓ ਵੀ
ਕਦੇ ਹੋ ਨਹੀਂ ਸਕਦੇ
ਜਿਨ੍ਹਾਂ ਨੇ
ਜਾਨਾਂ ਵਾਰੀਆਂ
ਹੱਕ ਤਾਂ ਬੱਸ
ਓਹੀ ਰੱਖਦੇ
ਜਿਹੜੇ ਸ਼ਹੀਦਾਂ ਦੀ
ਧਰਤੀ ਆਉਂਦੇ
ਜਾਂਦੇ ਸਲਾਮ
ਹੀ ਦੇ ਕੇ
ਨਾਇਕ ਨਾ
ਲੱਗਦੇ ਮੈਨੂੰ..........

ਨਾਇਕ ਤਾਂ
ਨਲੂਏ ਵਰਗੇ
ਦੁਸ਼ਮਣ ਸੁਣ ਕੇ
ਨਾਂ ਕੰਬਦੇ ਸੀ
ਚਲਾ ਕੇ
ਸ਼ਮਸ਼ੀਰਾਂ ਨੇਜ਼ੇ
ਝੰਡੇ ਸਿੱਖ ਰਾਜ ਦੇ
ਗੱਡ ਤੇ ਸੀ
ਐਸੇ ਬਹਾਦੁਰ ਯੋਧੇ
'ਸ਼ੇਰੋ' ਨੇ
ਕਦੇ ਨਾ ਦੇਖੇ
ਨਾਇਕ ਨਾ
ਲੱਗਦੇ ਮੈਨੂੰ..........

4. ਸਿਦਕ

ਜੇ ਦੇਖਣਾ ਸਿਦਕ
ਤਾਂ ਦੇਖੋ ਜਿਹੜੇ
ਆਰਿਆਂ ਨਾਲ
ਨੇ ਚੀਰੇ
ਜਿੰਨ੍ਹਾਂ ਕਰੀ
ਸ਼ਹਾਦਤ ਦੇਸ਼ ਲਈ
ਓ ਸਨ ਮੇਰੀ
ਕੌਮ ਦੇ ਹੀਰੇ

ਜਿੰਨ੍ਹਾਂ ਨੂੰ ਪਾਣੀ
ਵਿੱਚ ਉਬਾਲਿਆ
ਉ ਰੱਤੀ ਭਰ ਵੀ
ਡੋਲੇ ਨਾ
ਬੰਨ੍ਹ ਕੇ ਰੂੰ ਦੇ ਨਾਲ
ਜਲਾਇਆ
ਉ 'ਸੀ' ਤੱਕ ਵੀ
ਬੋਲੇ ਨਾ
ਗੁਰੂ ਤੇਗ ਬਹਾਦਰ
ਵੱਲ ਮੁੱਖ ਕਰਕੇ
ਤੁਰ ਗਏ
ਮਨ ਦੇ ਧੀਰੇ
ਜਿੰਨ੍ਹਾਂ ਕਰੀ
ਸ਼ਹਾਦਤ ਦੇਸ਼ ਲਈ.....

ਦੋ ਬਾਲ ਪਿਆਰੇ
ਜ਼ਾਲਿਮ ਅੱਗੇ
ਹਿੱਕ ਤਾਣ ਕੇ
ਖੜੇ ਰਹੇ
ਕੰਧਾਂ ਉਸਰਣ
ਆਸੇ ਪਾਸੇ
ਓ ਸਿੱਖੀ ਤੇ
ਅੜੇ ਰਹੇ
ਜਦ ਹੋਈ ਸ਼ਹਾਦਤ
ਬਾਲਾਂ ਦੀ
ਅੱਖਾਂ ਹੋਈਆਂ
ਨੀਰੋਂ ਨੀਰ
ਜਿੰਨ੍ਹਾਂ ਕਰੀ
ਸ਼ਹਾਦਤ ਦੇਸ਼ ਲਈ.....

ਬੰਦੇ ਨੂੰ ਸੀ
ਬੰਦੀ ਕਰਕੇ
ਜਦ ਚਮੜੀ
ਲਾਹੁਣ ਲੱਗੇ
ਕੱਢ ਕਲੇਜਾ
ਪੁੱਤਰ ਦਾ
ਉਹਦੇ ਮੂੰਹ ਵਿੱਚ
ਪਾਉਣ ਲੱਗੇ
ਹੱਸਦੇ ਹੱਸਦੇ
ਮੌਤ ਕਬੂਲੀ
ਵਿੱਚ ਜੋਤ ਰਲੀ
ਗੁਰ ਪੀਰੇ
ਜਿੰਨ੍ਹਾਂ ਕਰੀ
ਸ਼ਹਾਦਤ ਦੇਸ਼ ਲਈ.....

ਉੁਧਮ ਭਗਤ
ਸਰਾਭੇ ਨੇ ਵੀ
ਆਵਾਜ਼
ਉੁਠਾਈ ਸੀ
ਦੇਸ਼ ਦੇ ਹਿੱਤਾਂ
ਕਰਕੇ ਉੁਨ੍ਹਾਂ
ਸ਼ਹਾਦਤ
ਪਾਈ ਸੀ
'ਸ਼ੇਰਾ' ਕਹਿੰਦਾ
ਏ ਸਭ ਕੁੱਝ
ਦੇਖ ਕੇ ਕਿਤੇ
ਤੂੰ ਵੀ ਜਾਗ
ਜ਼ਮੀਰੇ
ਜਿੰਨ੍ਹਾਂ ਕਰੀ
ਸ਼ਹਾਦਤ ਦੇਸ਼ ਲਈ.....

5. ਬਾਗੀ

ਜੇ ਹੁੰਦਾ ਨਾ
ਭਗਤ ਸਿੰਘ
ਬਾਗੀ ਤਾਂ
ਫਿਰੰਗੀਆਂ ਦਾ ਰਾਜ
ਕਿੰਝ ਜਾਣਾ ਸੀ
ਹੁਣ ਚੁੱਕ ਲਈਏ
ਬਿਸਤਰਾ
ਹਿੰਦੁਸਤਾਨ ਤੋਂ
ਏ ਅੰਗਰੇਜ਼ਾਂ ਨੂੰ ਵੀ
ਡਰ ਕਿਉਂ
ਸਤਾਣਾ ਸੀ

ਅਸਲ ਵਿੱਚ
ਬਾਗੀਆਂ ਦੇ
ਕਰਕੇ ਹੀ
ਆਈ ਅੰਗਰੇਜ਼ਾਂ ਨੂੰ
ਸੀ ਹੋਸ਼
ਵੇਲਾ ਆ ਗਿਆ ਏ
ਹੁਣ ਚਲੇ
ਜਾਣ ਦਾ
ਸਾਨੂੰ ਮਿਲੀ ਸੀ
ਆਜ਼ਾਦੀ
ਚੁੰਮ ਫਾਂਸੀਆਂ ਦੇ ਰੱਸੇ
ਕੱਟ ਕਾਲੇ ਪਾਣੀ ਦੀ
ਸਜ਼ਾਵਾਂ
ਤੇ ਨਾਮ
ਲੱਗ ਗਿਆ
ਬਾਪੂ ਏ
ਮਹਾਨ ਦਾ

ਓ ਵੀ ਬਾਗੀ ਸਨ
ਮੁਗ਼ਲਾਂ ਦੀ
ਜੜ੍ਹ ਪੱਟੀ ਜਿੰਨ੍ਹਾਂ
ਬਾਬੇ ਫਤਿਹ ਜਿਹੇ
ਸੂਰਮੇਂ
ਮਹਾਨ ਜੋ
ਭਰੇ ਜੰਗ ਦੇ
ਮੈਦਾਨ
ਧੌਣ ਕੱਟ ਕੇ
ਸੀ ਸੁੱਟੀ
ਦੋਸ਼ੀ ਲਾਲਾਂ ਦੀ
ਸ਼ਹਾਦਤ ਦਾ
ਵਜ਼ੀਰ ਖਾਨ ਜੋ

ਅੱਖ ਰੱਖੀ ਸੀ
ਟਿਕਾ ਕੇ
ਉਧਮ ਸਿੰਘ ਬਾਗੀ
ਨਿਸ਼ਾਨਾ ਕਦੋਂ
ਓਡਵਾਇਰ ਨੂੰ
ਬਣਾਉਣਾ ਏ
ਪੂਰੇ ਵੀਹ ਸਾਲ
ਬਾਅਦ
ਭਰੀ ਬੰਦੂਕ
ਕੀਤੀ ਖਾਲੀ
ਦੱਸੋ ਅਸੀਂ ਕਿਵੇਂ
ਮੁੱਲ ਨੂੰ ਚੁੱਕਾਉਣਾ ਏ

ਬਾਗੀ ਹੋਇਆ
ਕੱਲਾ ਕੱਲਾ
ਪੱਤਾ ਸੀ
ਪੰਜਾਬ ਦਾ
ਜਦੋਂ ਕਿਤੇ ਵੀ
ਹਨੇਰ
ਝੱਖੜ ਆਏ ਨੇ
ਕੁਰਬਾਨੀਆਂ ਦੀ
ਨੀਹਾਂ ਉੱਤੇ
ਚੱਲਣਾ ਸਿਖਾਇਆ
ਸਾਡੇ ਗੁਰੂਆਂ ਜੋ
ਖਾਲਸੇ ਸਜਾਏ ਨੇ

ਸਾਡੇ ਖੂਨ ਚ
ਬਗਾਵਤ
ਉਦੋਂ ਖੌਲ
ਪੂਰੇ ਖਾਂਦੀ
ਮਾੜਾ ਹੁੰਦਾ
ਹੋਵੇ ਕਿਤੇ
ਅਸੀਂ ਨਹੀਂ
ਦੇਖ ਸਕਦੇ
ਜਾਨਾਂ ਵਾਰੀਆਂ ਨੇ 'ਸ਼ੇਰੋ'
ਹੋਰ ਵਾਰ
ਜਾਈਆਂ
ਅਸੀਂ ਦਿੰਦੇ ਹੋਏ
ਸ਼ਹਾਦਤਾਂ
ਨਹੀਂ ਥੱਕਦੇ

6. ਗੱਦਾਰ

ਸਾਨੂੰ ਮਾਰ ਤਾਂ
ਗੱਦਾਰੀਆਂ ਨੇ
ਮਾਰਤੀ
ਨਹੀਂ ਤਾਂ
ਸਾਡੇ ਜਿਹੇ
ਰਾਜ ਕਿੰਨੇ
ਖੋਹਣੇ ਸਾਂ
ਪੱਗ ਆਪਣਿਆਂ
ਫੜ ਕੇ
ਖਿਲਾਰ ਤੀ
ਨਹੀਂ ਤਾਂ
ਫਿਰੰਗੀਆਂ ਦੇ
ਰਾਜ ਕਿੱਥੋਂ
ਆਉਣੇ ਸਾਂ
ਸਾਨੂੰ ਮਾਰ ਤਾਂ......

ਆ ਜਿਹੜੇ
ਰੋਜ਼ ਹੀ
ਬਾਰਡਰ ਟੱਪ
ਆਉਂਦੇ ਨੇ
ਜਵਾਨ ਲੜ ਕੇ
ਸ਼ਹੀਦੀਆਂ ਨੂੰ
ਪਾਉਂਦੇ ਨੇ
ਲਾਸ਼ਾਂ ਮਿਲੀਆਂ ਨਾ
ਸ਼ਹਾਦਤ ਤੋਂ
ਬਾਅਦ ਵੀ
ਓਹਨਾਂ
ਮਾਵਾਂ ਨੇ ਵੀ
ਪੁੱਤ ਸੀਨੇ
ਲਾਉਣੇ ਸਾਂ
ਸਾਨੂੰ ਮਾਰ ਤਾਂ……

ਸਿਰਾਜੁਦੌਲੇ ਨੂੰ ਵੀ
ਧੋਖੇ ਨਾਲ
ਮਾਰਿਆ
ਗੱਦਾਰਾਂ
ਕਰਕੇ ਹੀ
ਦੇਸ਼ ਮੇਰਾ
ਹਾਰਿਆ
ਧੋਖੇਬਾਜ਼ਾਂ ਨੇ
ਜ਼ਮੀਰ
ਚੁੱਲ੍ਹੇ ਸਾੜ ਤੀ
ਨਹੀਂ ਤਾਂ
ਨਕਸ਼ੇ ਹੀ
ਕੁੱਝ ਹੋਰ
ਹੋਏ ਸਾਂ
ਸਾਨੂੰ ਮਾਰ ਤਾਂ......

ਜਦੋਂ ਲਾਇਆ
ਪੂਰਾ ਜ਼ੋਰ
ਗੱਲ ਬਣੀ ਨਾ (1857 Revolt)
ਭਾਵੇਂ ਛੱਡੀ ਸੀ ਗੀ
ਯੋਧਿਆਂ
ਕੋਈ ਕਮੀ ਨਾ
ਜਾਣ ਧਰਤੀ ਦੇ
ਲਾਲਾਂ
ਜਦੋਂ ਵਾਰ ਤੀ
ਫੇਰ ਆਜ਼ਾਦੀ ਨੇ ਵੀ
ਰੋਣ ਕਿੱਥੇ
ਰੋਏ ਸਾਂ
ਸਾਨੂੰ ਮਾਰ ਤਾਂ......

'ਸ਼ੇਰੋ' ਦੇਸ਼ ਲਈ
ਗ਼ੱਦਾਰੀ
ਕਦੇ ਜ਼ਰੀਂ ਨਾ
ਜਾਨ ਵਾਰਨੀ ਵੀ
ਪੈ ਜਾਏ
ਕਦੇ ਡਰੀਂ ਨਾ
ਤੂੰ ਆਪਣੇ ਵੀ
ਕਰਮ
ਸੁਧਾਰ ਲਈਂ
ਨਹੀਂ ਤਾਂ
ਪਾਪਾਂ ਵਾਲੇ
ਬੋਝ ਕਿੰਝ
ਢੋਏ ਸਾਂ

www.ingramcontent.com/pod-product-compliance
Lightning Source LLC
Chambersburg PA
CBHW022119150726
47990CB00003B/1424

9798888835210